ஆண்கள் இல்லாத வீடு

கவிதைகள்

இமையாள்

தேநீர் பதிப்பகம்

ஆண்கள் இல்லாத வீடு
கவிதைகள்
இமையாள் ©
முதல் பதிப்பு: பிப்ரவரி 2022

வெளியீடு:
தேநீர் பதிப்பகம்
24/1, மசூதி பின் தெரு, சந்தைக்கோடியூர்
ஜோலார்பேட்டை - 635851
தொடர்புக்கு: +91 9080909600

Aangal Illatha Veedu
Poems
Imayal ©
First Edition : February 2022

Pages: 84 Price: ₹ 120

ISBN: 978-81-955064-3-9

Published by
Theneer Pathippagam
24/1, Masuthi Back Street
S.Kodiyur
Jolarpettai - 635851
Contact: +91 9080909600
e - mail: theneerpathippagam@gmail.com

Designed by : Gopu Rasuvel
Cover Designed by : Negizhan

என் அன்பு தந்தை
திரு T.S.சந்திரசேகரன் அவர்களுக்கு

நன்றி

செம்மலர்

ஆனந்தவிகடன்

கல்கி

மலைகள்.காம்

முகநூல் நண்பர்கள்

தன்மையை மீறும் படர்க்கை

இமையாளின் கவிதைகளை ஒரு தொகுப்பாக வாசித்த போது எனக்குப் பாரதிதாசனின் 'எதிர்பாராத முத்தம்' என்ற தலைப்பு நினைவில் வந்தது. ஆச்சரியம், வியப்பு, இனிமை, அன்பில் ஊறிய ஈரம், அடிக்கடி வந்துபோகும் நறுமணம் போன்ற பலவகையான உணர்வுகளின் நுண்படிமங்களாக அவரது கவிதைகள் அமைந்திருப்பதுதான் பாரதிதாசன் கவிதை / காவியத் தலைப்பை நினைவில் மேலெழச் செய்ததன் காரணம்.

ஆற்றலும் ஆழமும் வாய்ந்த கவிதைகளை எழுதிய பலர் திடீரெனக் காணாமல் போவதைக் கண்டிருக்கிறேன். மறுதலையாக, நீண்டகாலமாகக் கவிதைச் சுவைஞராகவும் அழகிய கவிதைகளின் காதலர்களாகவும் இருப்பவர்கள்ள எதிர்பாராத வகையில் ஆற்றலும் வேட்கையும் மிக்க கவிகளாக உருமாற்றம் பெறுவதை முன்பும்பலமுறை நான் பார்த்திருக்கிறேன். முதல் வகை இலவம் பழம் என்றால், இது கூட்டுப்புழு வண்ணத்துப்பூச்சியாக மாறும் விந்தை.

'குழந்தைமை'யையும், 'பன்னெடுங்காலச் சோகங்களை'யும் ஒரே எட்டில் கடந்துவிட முயலும் மெல்லிய எதிர்ப்புணர்வும் இமையாளின் கவிதைகளில் மெச்சத்தகுந்த முறையில் விரவிக் கிடக்கின்றன.

"என்
மகிழ்ச்சிகள் எல்லையற்றவை.
என்
துயரங்கள் முடிவற்றவை.
பிறப்பிற்கு முன்னும்
இறப்பிற்கு பின்னும்
நீளும்காலம்
நான்"

என்று எழுதிச் செல்லும் கவி, 'துயரங்கள் முடிவற்றவை என்றாலும் மகிழ்ச்சிகள் எல்லையற்றவை' என்று எமக்குத் தருவது இணக்கமான வழுவமைதி.

‘அனுமதிக்கப்பட்ட வானம்’ ‘எனது வானத்தின் அளவு’ என்று அவரது கவிதைகள் முறையிடுகிற போது அத்தகைய சமூக, உளவியல், ஆதிக்க எல்லைப்பாடுகளை பாடிய / பாடுகிற அற்புதமான பெண்கவிகள் எனது நினைவில் மேலெழுகின்றனர். திருப்பித் திருப்பி இவற்றை ஏன் நீங்கள் பாடுகிறீர்கள் என நாம் கேட்க முடியாது. வாழ்க்கையைத்தானே அறிவனுபவத்துடன் பாட முடியும்?

கடவுளர்க்குத்தான் உயிர்தெழுதல் ஒருமுறை ஆனால் பெண்களுக்கு அது பல்லாயிரம் முறைகள் என அவரது ‘உயிர்தெழுதல்’ எனும் கவிதை சித்தரிக்கிறது. இமையாளின் கவிதைகள் எழுப்புகிற ஒலியும் மௌனமும் அவற்றின் எதிரொலியும் உலகம்முழுவதும் கேட்கின்றன. அவருடைய கவிதைகளை வாசித்தபோது எனக்கேற்பட்ட உணர்வுகளையும் அவரது வரிகளிலேயே என்னால் எழுதிவிட முடியும்.

“உதிரும் ஒரு ஒற்றை இலை
பூமியைத் தொடுகையில்
ஏற்படுத்தும் அதிர்ச்சி.......”

அதுதான். அந்த அதிர்ச்சிதான் கவிதை.

ஆண்கள் இல்லாத வீட்டில் எனக்கு என்ன இடம் என்று கவிஞரைக் கேட்டேன். அந்த இடம் இந்தக் கவிதைகளுக்குள் இருக்கிறது என்றார்.

மரம் கடலாக மாறுகிற விந்தையைப்பாடும் கவிஞர் மரமாகவும் நீராகவும் இருக்கிறார். அரூபமலராகவும் அமைகிறார்.

“ஒருமேகத் துணுக்கில்
சிறைப்பட்டிருக்கும்
நீர்த்துளிக்குள் ஒளிந்திருக்கின்றன
ஒருமழைக்கால இருளும்,
சிறிது மண்வாசமும்
ஒரு வானவில்லும்”

என்கிறார் இமையாள்.

அந்த உணர்வுதான் எதிர்ப்பு. அதுதான் உயிர்ப்பு. அதுதான் இருப்பு. வெறென்ன வேண்டும் கவிதைக்கு?

— சேரன், 09.12.2021

புதிய சொற்படிமங்களின் சித்திரம்

அடுக்கடுக்காக சிறப்பான கவிதைகளைக் கொண்டுள்ள இந்தத் தொகுப்பில் 'ஆண்கள் இல்லாத வீடு' என்ற ஆகச்சிறந்த கவிதையை எழுதியிருக்கிறார் இமையாள். ஆண்களின் இடையீடு இல்லாத நாளொன்றில் பெண்ணின் இயல்பான புழக்கங்களைக் கூறுகிற கவிதையிது. ஆண்மையவாதக் கவியுலகினைச் சிதறடிக்கும் இப்படிப்பட்ட கவிக்குரல்களின் அணுத்திறப்பான வெடிப்பினை ஆரம்பம் முதலே கொண்டாடுகிறவன் என்ற வகையில் இந்தத் தொகுப்பின் கவிதைகள் என் கருத்துக்கு வலிமை சேர்க்கிற அளவு சிறப்புமிக்கதாயிருக்கின்றன. யாருக்கென்றுமில்லாத காற்றில் தவழ்ந்துவரும் இசை தனிமையின் இருளில் பாந்தமாய்த் தழுவுவதுபோலப் பல கவிதைகள் புதிய சொற்படிமங்களைச் சித்திரமாய் முதுகில் சுமந்து சர்ப்பவரிகளாய் ஊர்கின்றன இத்தொகுப்பெங்கும். புலன்களைக் கடந்த பெருவெளிக்குத் தூக்கிச்செல்கின்றன குறியீடுகளின் இறக்கைகள். இத்தொகுப்பின் மூலம் 'இமையாள்' நம்பிக்கை பொய்க்காத கவிஞராக உருவெடுத்திருக்கிறார்.

— கலாப்ரியா

16.12.2021

திருநெல்வேலி

அகமொழியின் ரசவாதம்

கவிதைகள் என் பதின்வயது தொட்டு என்னுள் நிகழ்ந்து கொண்டிருக்கும் ரசவாதம். எப்படி என்று தெரிந்து கொள்வதற்கு முன்பாகவே கவிதை என்னை அடையாளம் கண்டுகொண்டுவிட்டது. நான் எழுதிய பிள்ளைப்பிராயக் கவிதைகளை அப்பாவிடம் மட்டும் காட்டியதுண்டு. பொதுவாக மற்ற அப்பாக்களைப் போல் இல்லாமல் என் அப்பா அகமகிழ்ந்து பாராட்டினார். அது எனக்கு ஊக்கத்தைக் கொடுத்தது. கல்லூரி நாட்களில் கவிஅரங்குகளிலும், கல்லூரி ஆண்டு மலரிலும் கவிதைப் பங்களிப்பு செய்திருக்கிறேன். அவ்வப்போது எழுதும் கவிதைகளை நோட்டுபுத்தகத்தில் வைத்து அழகு பார்த்ததோடு சரி. அவற்றை பிரசுரிக்க முயன்றதேயில்லை. ஏனோ சிறு தயக்கம். மிகுந்த தயக்கத்திற்கு பிறகு எனது கல்லூரி நாட்களின் கவிதைகளைப் பத்திரிக்கையில் பிரசுரிப்பதற்காகக் கேட்ட ஒரு தோழியிடம் கொடுத்து மொத்தமாகத் தொலைந்து போனது (கைவசம் வேறு பிரதிகளும் இல்லை) கவிதைகள் தொலைந்தாலும் கவிமனம் தொலையவில்லை. தொடர்ந்து நான் எழுதிக் கொண்டிருந்தேன். வாழ்வின் மீது எனக்கிருக்கும் தீராத காதலும், ஏக்கமும், கேள்விகளும் மொழியின் ஊடாக உருமாற்றம் பெறுகையில் கவிதை நிகழ்கிறது. என் கவிதைகள் என் அகமொழியின் இரசவாதம். அதில் பாசாங்குகள் ஏதுமில்லை.

2013—இல் ஆனந்த விகடனில் வெளிவந்ததுதான் அச்சில் என் கவிதையின் முதல் அரங்கேற்றம் எனலாம். எத்தனை தாமதம்! அதன் பின்பு சில பத்திரிக்கைளில் தொடர்ந்து என் கவிதைகள் பிரசுரமாயின. அவற்றை கல்யாண்ஜி, கலாப்ரியா, சுகுமாரன் ஆகிய முன்னணி கவிஜாம்பவான்கள் பாராட்டினர். அவர்கள் அனைவரையும் இந்த நேரத்தில் அன்போடும் நன்றியோடும் நினைவு கூர்கிறேன். இருந்தும் தொகுப்பு கொண்டு வருவதில் மீண்டும் ஒரு தயக்கம். சில வருடங்களுக்கு முன் முகநூலில் நான் பதிவேற்றிய கவிதைகளைப் பார்த்துவிட்டு கவிஞர் சேரன், அனைத்துக் கவிதைகளையும் தனக்கு அனுப்பி வைக்கும்படி கேட்டார். அப்படித்தான் இந்தத் தொகுப்பிற்கான ஒரு பொறி சுடர்விட்டது. நான் மின்னஞ்சலில் அனுப்பிய கவிதைகளை சிரத்தையுடன் திருத்தம் செய்து, எனக்கு ஒரு அறிமுக உரையையும்

எழுதி என் கவிதைகளை அங்கீகரித்து எனக்கு உற்சாகம் ஊட்டினார் சேரன். அவருக்கு என் மனமார்ந்த வணக்கங்களும் நன்றிகளும். அவருக்கான என் அன்பை வார்த்தைகளுக்குள் அடக்கிவிட முடியாது. சென்றவருடம் என் பிறந்தநாளுக்கு வாழ்த்து சொன்ன நாவலாசிரியர் சீனிவாசன் நடராஜன் என் கவிதைத்தொகுப்பு கொண்டுவருவது குறித்து மிகுந்த அக்கறையுடன் ஆலோசனைகள் வழங்கி உற்சாகப் படுத்தினார். செம்மலர் பத்திரிகையில் கவிதைகளைத் தொடர்ந்து பிரசுரித்து உற்சாகமூட்டிய நண்பர் சோழநாகராஜன், என் கவிதைகளை எப்போதும் பாராட்டி வரும் தோழர் இரா.தெ.முத்து, நண்பர்கள் சீனிவாசன் நடராஜன், ஆத்மார்த்தி, கதிர்பாரதி, அமிர்தம் சூரியா ஆகியோருக்கு எனது நன்றிகள். பின்அட்டை வாசகங்களை எழுதித் தந்த கவிஞர் கலாப்ரியாவுக்கு என் அன்பு.

என் கவிதைகளை அச்சில் காண பெரிதும் விரும்பிய என் தோழி புவனா இப்போது இல்லை, அவளை அன்போடு இத்தருணத்தில் நினைவு கூர்கிறேன்.

என் கவிதைகளை வாசித்து ஊக்கமளிக்கும் என் தாய்மாமாக்கள் இருவருக்கும் எனதன்பு. என் கவிதைகளுக்குள் கவிதையாய் ஊடாடி நிற்கும் அன்பு கணவர் ஜி.குப்புசாமிக்கு எனதன்பு. மொழிபெயர்ப்பு முகத்திற்கு என் சொந்தப் பெயரைப் பயன்படுத்துவதால் கவிதை முகத்திற்கு ஒரு தனிப்பெயர் வேண்டி தேடியபோது 'இமையாள்' என்ற பெயரை தெரிவு செய்து நாமம் சூட்டியதும் கவிஞர் சேரன்தான். எனவே அந்தப் பெயரிலேயே இத்தொகுப்பு வெளியாகிறது. கவிதைகளை தேநீர் பதிப்பகத்தில் கொண்டுவரும் கோகிலனுக்கும், அவரது மனைவி தேவிக்கும் என் அன்பு. புத்தக ஆக்கத்தில் பங்களிப்பு செய்த அனைத்து நண்பர்களுக்கும், பக்க வடிவமைப்பு செய்த கோபு ராசுவேலுக்கும், அட்டை வடிவமைப்பைச் செய்த நண்பர் நெகிழனுக்கும் இனிதான நன்றிகள்..

— இமையாள்

டிசம்பர், 2021

உள்ளடக்கம்

பகுதி 1

1.	கடவுச்சொற்களின் காலம்	13
2.	ஆண்கள் இல்லாத வீடு	14
3.	பர்தா பெண்ணின் ஓவியம்	15
4.	நோய்மை	16
5.	சுமைதூக்கி	17
6.	மீண்டும் அந்நியர்களாவோம்	18
7.	உயிர்ச் சுழற்சியின் வடுக்கள்	19
8.	உடல்தாண்டி	21
9.	இரவு இன்னமும் மீதமிருக்கிறது	22
10.	நிறங்களின் அரசி	23
11.	மழைப்பெண்	24
12.	கேட்பாரற்ற தனிமை	25
13.	பாதங்களில் நழுவும் காலம்	27
14.	மீண்டுமோர் அறிமுகம்	28
15.	இப்போது	29
16.	காலநர்த்தனம்	30
17.	ஆதவனின் காதலி	31
18.	போர்வைகள் விற்பவன்	32

பகுதி 2

1.	பெயர் தெரியாத மரம்	34
2.	பெயர் தெரியாத மரம் – 2	35
3.	இரயில் கோபம்	36
4.	உதிரம்	37
5.	நம்பிக்கை	38
6.	அரூப மலர்	39
7.	அரூப மலர் –2	40
8.	தலைமுறைகள்	41
9.	உயிர்த்தெழல்	42
10.	வேட்டை	43
11.	மறைபொருள்	44
12.	நீர்மை விருப்பு	45
13.	என் கிறுக்கு வானம்	46
14.	வரலாற்றின் மறுகுரல்	48
15.	மனைவியின் காதல்	49
16.	பேரன்பு பிரபஞ்சம்	51
17.	தனியாக இருப்பவளின் வீடு	53
18.	ஆயுதம்	54
19.	கனவுகளைக் கட்டுடைத்தல்	55
20.	இருத்தலியலின் கோரிக்கை	58

பகுதி 3

1.	தன்னை உணர்தல்	60
2.	முடிவிலி	61
3.	வேறென்ன	62
4.	நான்	63
5.	நான்—2	64
6.	மொழி	66
7.	குழந்தைமை	67
8.	ஆயிரம் முத்தங்கள்	68
9.	கடந்து போகும்	69
10.	முக்தி	70
11.	அனுமதிக்கப்பட்ட வானம்	71
12.	ஒரு முத்தத்தின் சுயசரிதை	72
13.	பூஜ்யம்	73
14.	இயல்பு	74
15.	ஞானம்	75
16.	நாம், மாறுதல்	76
17.	இப்போது அவள்	77
18.	உயிர் வேர்	78
19.	புலரி	79
20.	உயிரேந்தல்	81
21.	கருந்துளைகள்	82

பகுதி 1

கடவுச்சொற்களின் காலம்

கடவுச்சொற்களின் காலமிது.
கணவனுக்கு ஒன்று
மனைவிக்கு ஒன்று.
கதவைத் திறந்திட ஒன்று.
மூடிவிட ஒன்று.
அண்டா காகசம், அபூ காஹுகூம்.
கடவுச் சொல்லை அப்போதே
கண்டுபிடித்தவர்கள்
ஒரு சொல் மாறினால்
உனது வழிகள் மறக்கடிக்கப்படலாம்
உனது தலை துண்டிக்கப் படலாம்.
திரும்பிச் செல்ல நாடற்ற
வனாந்திரியாகலாம்

தான் மறந்துபோன ஒரு
கடவுச்சொல்லை எங்கு தேடவேண்டுமென
தெரியாது துழாவுகிறாள் ஒருத்தி.
தொலைந்து போன கடவுச்சொற்களால்
நிரம்பித் தளும்புகிறது இந்நகரம்.
கடவுச்சீட்டுகளைப் போல
கடவுச்சொற்களுக்கு போலிகள் இல்லை.
கள்ளச்சொற்களை அவை
புறந்தள்ளிவிடுகின்றன.
ஊகிக்கமுடியாத கடவுச்சொற்களுக்காக
மனதின் மூலைகளை தூசி தட்டுகிறோம்.
ஒரு நாளின் துவக்கமும், முடிவும்
கடவுச் சொற்களால் தீர்மானிக்கப் படுகின்றன.
கடவுச்சொற்களுள் கட்டுண்டு
கிடக்கிறது வாழ்க்கை.

ஆண்கள் இல்லாத வீடு

குளியல் அறைக்கதவைச் சாத்துவதில்
அக்கறை இருப்பதில்லை.
சமையலில் அலட்சியம்
ஆடைகள் திருத்துவதில் கவனம் கிடையாது.
அண்டை வீட்டாருடன் குறைவான பேச்சு.
அழைப்பு மணியடித்தால் பதற்றம்,
கதவைத் திறக்கும்போது மிரட்சி.
அரிதாகிப் போகும்
உறவினர், நண்பர் வருகைகள்.
இரவாகும் முன்பே இருளாகிவிடும்
வீடு.

நடையுடை பாவனைகளில்
ஒருவித உயிரற்ற தன்மை.
இரவில் ஒவ்வொருமுறை
கதவடைக்கும் போதும்
இன்னமும் யாரோ வரவேண்டும்
என்றோர் உணர்வு,
யாரும் திரும்பப்போவதில்லை
அதை வீடு அறியும்

பர்தா பெண்ணின் ஓவியம்

பர்தா பெண்ணை வரைவது
அத்தனை எளிது.
அவளது அலங்காரங்களில்
கவனம் செலுத்தவேண்டியதில்லை
அவளது ஆடை நிறம் குறித்து குறிப்புகள்
எதுவும் தேவையில்லை.
பர்தா பெண்ணின் கைகள் மட்டும்
தொலைவிலிருந்தும் தெரியலாம்
ஒரு குழந்தையைப் பற்றியபடியோ
புத்தகங்களை மார்போடு அணைத்தபடியோ
தாயின், தோழியின் கரம் பற்றியோ
கணவனின் கரம் பற்றியோ
எதுவோ ஒன்றாய்
முக லாவண்யங்களுக்கும்
உணர்ச்சிகளுக்கும்
முக்கியத்துவமில்லை என்றாலும்
கண்களுக்கான சிறு இடைவெளியில்
அவள் காண்கிற உலகின் வண்ணங்களை
உங்களால் இனம்காண முடிந்தால்
ஒரு முழுமையான பர்தா பெண்ணை
ஓவியமாக்கிவிட முடியும்.

நோய்மை

இரவு வருவதும் பகல் போவதும்
தெரிவதில்லை.
நேற்றைக்கும் இன்றைக்கும்
வித்தியாசமில்லை.
கிழமைகளும், தேதிகளும் வெறும்
பெயர்களும், எண்களுமாகின்றன
அறைக்குள்ளேயே
இருப்பவளின் புலன்கள் அதிகம்
உபயோகப்படுவதில்லை.
உறக்கத்தின் ஆழமும்,விழிப்பின்
மேற்பரப்பும் ஒன்றாகி விடுகிறது.
வானத்தைப் பார்க்க முடிவதில்லை.
காலத்தைப் பிரிக்க முடிவதில்லை.
முடிவில்லாத சுழற்சியினுள்
மூழ்கிக் கிடக்கிறது வாழ்வு.
என் முகமே மறந்து போனதொரு
காலமற்ற வெளிக்குள்
என்னைக் கடத்துகிறது நோய்மை.

சுமைதூக்கி

நாம் எல்லோரும் சுமைதூக்கிகள்தான்
நினைவில் ஊடாடும் குழந்தைமையை
அழுது தீர்க்க முடியாத மரணங்களை
பிரிந்து சென்றவர்களின் காலடி ஓசைகளை
நமக்கிழைக்கப்பட்ட துரோகங்களை
தெரிந்தே செய்த பாவங்களை
கோர முடியாத உரிமைகளை
மறுக்கப்பட்ட வாய்ப்புகளை
சில இரகசியங்களை
சில அவமானங்களை
இன்னும் சில
சில
சில

மீண்டும் அந்நியர்களாவோம்

எதானாலும் மறைக்கவியலாத
கரும்புள்ளிகள் நிறைந்துவிட்டன.
உதயகாலத்தின் துல்லியமான
நிர்மலத்தை தவற விட்டுவிட்டோம்
அழுக்கு நிறைந்த தேகபாவங்கள்
அருவருப்புடன் நெளியச் செய்கின்றன.
வண்ணச் சிதறல்களுள் மறைந்திருக்கும்
அரூப ஓவியம் போல் உனக்குள் கலந்திருக்கும்
என் பெண்மையின் துடிப்பை உணரத் தவறியிருக்கும்
துவக்கப் புள்ளியின் வேர்களை இனி
துண்டிக்கவியலாது
அது கிளைத்ததடங்களில்தான் நமது மிச்சப் பயணம்
வலியின் இரணங்களை நக்கிப்பார்க்கும்
மிருக வாழ்விலிருந்து விடுபட,
வா, மீண்டும் அந்நியர்களாகி
துவங்கலாம் புதிய காதல் அத்தியாயத்தை,
ஒரு புன்னகை
ஒரு மன்னிப்பு,
ஒரு சொல்,
ஒரு முத்தம்,
எதுவாயினும் ஒன்று.

உயிர்ச் சுழற்சியின் வடுக்கள்

வெயிலை அணிந்திருக்கும் தாவரங்கள்
வெப்பத்தை விழுங்கிக் காற்றை உமிழும்
ஒரு பகல்பொழுதின் வெறுமையில்
உனது நினைவுகளை பருகியபடி
நான்.

நெஞ்சை ஊடறுக்கும் திரவமாய் அது
எனக்குள் பரவுகிறது
உன் இறப்பைச் சுமந்து வந்த
அந்தத் தொலைபேசி அழைப்பை
நான் ஏற்கனவே ஒத்திகை பார்த்திருந்தேன்.
அதற்கு பின்னான தருணங்களையும்கூட!
மரணச்சாறு நிரம்பிய கோப்பையொன்று
எப்போதும் நம்முடன் இருக்க விதிக்கப்பட்டிருந்தது!
உன்னை முதல்முதலாகச் சந்தித்த
மதியப் பொழுதிலிருந்தே
அது நமக்கு பரிமாறப்பட்டிருக்கலாம்.
ஒழுகும் அதன் ஓசையை
நான் புறக்கணித்திருப்பேனோ?
கடந்துபோன தினங்களிலிருந்து உன்னை
மீட்டெடுத்துக் கட்டமைக்கிறேன்

எனக்கான ஒரு பிம்பத்தை
காற்றில் பரவுமதன் வீரியத்தில்
காலம் சிறைப்படுகிறது சித்திரமாக.
உன்னோடு கதைக்காத விடுதல்களை
உனக்கு கையளிக்கவே புனைகிறேன்
முடிவற்ற சாத்தியங்களை.
அனந்தமான அண்டத்தில் அணுக்களாக
நாமிணையும் ஒரு நாளில்
நீ என்னை மன்னித்தேயாக வேண்டும்.

— புவனாவின் நினைவுகளுக்கு

உடல்தாண்டி

ஒரு மகத்தான சமாதானத்தின்
அடையாளமாய்
நீ கேட்டுப் பெற்ற அந்த
தருணத்தை ஒரு மலராக
மலர்த்தி நினைவுத் தடாகத்தில்
நட்டு வைக்கிறேன்.

நித்தமும் மலரும் அதன் இதழ்கள்
உன் பெயரின் வெவ்வேறு பொருள்
உணர்த்தி என் இதழோரம்
சிறு புன்னகையைத் தவழவிடுகிறது.

தூரத்து மின்னல் போன்ற அதன்
ஒளிர்வில் உனக்கான காதலை
தூதுவிடுத்து வரவிருக்கும்
மழையை கண்சிமிட்டி சொல்கிறது

மழைபெய்யும் பெருநாளில்
உடல் தாண்டி நனையும் மனதை
யாருக்கும் தெரியாமல் ஒளிக்க
என்ன செய்யலாம்?

இரவு இன்னமும் மீதமிருக்கிறது

நீயில்லாத இந்த இரவு
ஒரு சர்ப்பம் போல்
என் மீது கவிகிறது.
நீர்ப்படலத்தின் மீது பிரியும்
நிறங்களாக உனது ஞாபகரேகைகள்
படர்ந்து கிடக்கின்றன.
யாருக்காகவுமில்லாத இசையொன்று
அரூபமாய்த் துழாவுகிறது அறையை.
இருளின் கரங்கள் கொண்டு
அதனைத் தழுவிக் கொள்கிறேன்.
ஒளியின் ஊற்றணைந்த நட்சத்திரத் துளையின் உள்ளே
நழுவிச்செல்கிறது காலம்.....
புலன்களைக் கடந்ததொரு எல்லையற்ற
பெருவெளியில் உனது தீண்டலின்
அரூபத்தை உணரமுடிகிறது துல்லியமாய்.
கூடலின் உச்சத்திற்காய் ஒரு குறியீட்டை
நிறங்கள் கொண்டு அமைக்கிறேன்.
செந்நீல இறக்கைகளுடன், கண்களிரண்டிலும்
ஒளிரும் பெரு நெருப்புடன்
அலைந்து திரியுமொரு பறவை பறக்கிறது
இரவு வானமெங்கும்
நரம்புகளின் ஒத்ததிர்வில் விரியுமொரு
நூதன வலையில் சிக்கும் வரை
ஓய்வதில்லை அது.
இரவு இன்னமும் மீதமிருக்கிறது.....

நிறங்களின் அரசி

நினைவுகளின் தீட்டல்களை
நிறங்களின் படிமமாக்கி பொதிந்து வைக்கிறேன்
மனமென்னும் மாயவெளிக்குள்
நிறங்களால் நிரம்பிவழிகிறது என் குடுவை
நிரம்பிவழிகிறது என் குடுவை
வழிந்த நிறங்கள் மீது உன் சாயல்கள்.
மாற்றிவைக்கிறேன் வேறொன்றில்
இப்போது
அவற்றின் அரூபக்கூடலில்
நிறங்களின் நர்த்தனம் நிகழ்கிறது.
அடர்வானில் இளஞ்சிவப்புச் சுடராய்
தனித்து எரிகிறது மோகம்
ஒரு கடலை வரைவதற்கு சிறிது
நீலத்தை கடன் கேட்கிறது அது.
நீருக்கென்று நிறத்தை யார் தந்தது?
வெறித்து அலையும் தாபத்தை
கொஞ்சம் ஆகாயத்துக்கு மாற்றி
மழையாக்கிக் கொண்டேன்
அப்போதும் கலையாத வண்ணங்களுடன்
வருகிறது உன் நினைவு
ஒரு வானவில்லாக.
வேறு வழியில்லை,
நிறங்களின் பிரிகையை ஆடையாகச்
சூடிக் கொண்டு உலாவருகிறேன்.
நான் நிறங்களின் அரசி

■

மழைப்பெண்

சிறிய நீர் மகுடங்களை
மண்ணுக்குச் சூட்டிவிடும்
அடர் மழைக் கற்றைகள்,
சல்லாத் துணியாகப் பார்வையை
மறைக்கும் அழகிய மழைக்காலம்
சிலருக்கு கனவின் சாரலை நெய்கிறது
சிலருக்கு தீராத் துயரையும்
சிலருக்கு துள்ளும் குதூகலத்தையும்
ஒன்றாகவே பரிசளிக்கிறது.
கற்பனைகளற்ற பலருக்கு
அது வெறும் நீராக வழிந்தோடுகிறது.
ஒரு கவிதைக்காரியின்
நெஞ்சுக்கு மட்டும் எழுத்துக்களாக
உள்ளிறங்கும் நீர்திவலைகள்
இரகசிய பூக்களாக மணம் பரப்புகிறது.
மழைக்கு பின்னான வறண்ட
நாட்களிலும் அவள் தன்னை
நீட்டித்துக் கொள்வது இப்படித்தான்.

■

கேட்பாரற்ற தனிமை

இருள் கவிந்த இரயில் நிலையத்தில்
இருண்மையின் கருவைப் போல் அவனிருந்தான்.
சிக்கேறிச் சுருங்கிய ஆடைகளுக்குள்
மேலும் சுருங்கி.
சடைவிழுந்த சிகை,
திரித்திரியாய்த் தாடி,
பழுப்பேறிய பற்கள்
உடல்தாண்டி நீண்டிருக்கும்
கால் நகங்களும், கை நகங்களும்.
மனிதான்தானா என்பதை உற்றுப்பார்த்தே
உறுதிசெய்ய முடிகிறது.
அந்த அகால வேளைக் காத்திருப்பில்
கொறித்துக் கொண்டிருக்கும்
பயணிகளைத் தன் எண்ணெய் மினுங்கும்
விழிகளால் உறுத்துப் பார்க்கிறான்.
சற்றே நீட்டிய கரங்களிலிருந்து
தொங்கும் நக விழுதுகளுக்காய்
அருவருத்து ஒதுக்கப் படுகிறான்.
என்னிடத்தை அடையுமுன்பே
மூர்க்கமாக விரட்டப்படுகிறான்.

விழிகளால் அவனைத் தொடர்கிறேன்.
கால் நகங்களின் அதீத நீட்சியின்
கவனத்துடன் இரயில் நிலையப் பாலத்தின் மீது
இப்பிரபஞ்சம் பொருட்படுத்தாதொரு
சிறு இயக்கமாய் மேகத்துணுக்கிலும்
சன்னமாய் அவனது நகர்வு
மெல்ல இருளோடு இருளாகக் கலக்கிறான்
ஒரு யுகம் புரள்கிறது.
கொடுக்க நினைத்த கேக் துண்டுகளை
வேறுவழியின்றி வாயிலிடுகிறேன்.
கேட்பாரற்ற தனியொருவனின் துயரமாய்
கேக் கசந்து பரவுகிறது என்னுள்.

பாதங்களில் நழுவும் காலம்

நெரிசல் மிகுந்த நகரப்பேருந்தில்
ஒரு விழுதினைப் போல் தொங்கிக் கொண்டிருந்தேன்.
ஏதோ ஒரு நிறுத்தத்தில் ஏறினான் அவன்.
சிறுவன்தான், உடன் ஒரு வயோதிகப் பெண்.
கசங்கி, கிழிந்திருந்த மேல்சட்டை
அவன் கால்களில் செருப்பில்லை.
அந்த வயோதிகப் பெண் வாய் ஓயாமல்
வசைபாடினாள் யாரையோ.
'துட்டு கேட்டியா அப்பன்கிட்ட?' என்றாள்.
'இல்லனிடிச்சு' என்றபோது அவன்
என் கண்களைத் தவிர்த்தான்.
அவன் கண்களில் நிழலாடிய
இயலாமை என் பார்வையைத் துரத்தியது.
வெளியே வெயில் பூமியை வறுத்துக் கொண்டிருந்தது.
விலையுயர்ந்த என் காலணிகளை அவன்
பார்த்துக்கொண்டிருந்தான்.
இறங்கும் போது நான்
அவனது வெறுங்கால்களையே பார்த்தபடி இறங்குகிறேன்.
நான் எழுதவிருந்த தேர்வு
அவன் பாதங்களுக்கடியில் நழுவிச்சென்றது.

மீண்டுமோர் அறிமுகம்

நேற்றுமாலை பேருந்து நிலையத்தில்
காத்திருந்த போது சற்று தொலைவில்
நின்றிருந்த நீ அத்தனை
அந்நியமாய் தெரிந்தாய்.
நீ அணிந்திருந்த ஆடையை விடவும்
நீ பரிச்சயமற்றிருந்தாய்.
அதற்கு முன்னிரவில்தான்
நாம் சுவாசம் தளும்பப் புணர்ந்திருந்தோம்.
இப்போது ஆடையற்ற உனதுடலை
இந்தக் கூட்டத்தின் மத்தியில்
நினைவு கூரவே கூசியது.
நிர்ச்சலனமற்று உன்னைப் பார்த்துக்கொண்டிருக்கிறேன்.
பேருந்து வருவதாகக் கூறி
நீ திரும்பிப் பார்க்கிறாய்.
அதற்குள்
ஒரு பிறவியைக் கடந்துவிட்டிருந்த
என்னை இப்போது நீ
அந்நியமாய் பார்க்கிறாய்.
நமக்குள் மீண்டும் ஓர்
அறிமுகம் தேவைப்படுகிற
தருணமது.

இப்போது

சிறு விஷயத்துக்கெல்லாம் அழுவதில்லை
சின்ன சந்தோஷங்களில் தொலைந்துபோவதில்லை
ஆர்ப்பரிக்கும் துள்ளல்கள் மாயமாகிப் போயின.
மானசீகமான இணை ஆளுமை ஒன்று
எனைக் கண்காணிப்பதாய் ஒரு பாவனை.
தளும்பும் கருணையும்,
சிறுதவறுகளைப் பொறுப்பதும்,
ரௌத்திரம் பழகுவதும்
கைவந்துவிட்டன.
பிறரின் புறக்கணிப்போ புன்னகையோ
சமமாகப் பார்க்க முடிகிறது.
பெரிய எதிர்பார்ப்புகளோ பிரார்த்தனைகளோ
இல்லை.
சலனமில்லாத நீர் பரப்பாய் மனம்
சில நேரம் மனதின் இந்த அமைதி
சற்றுப் பயம் தருகிறது
இப்போது.

காலநர்த்தனம்

காலம் இளந்தளிர்களைத்தான்
சிநேகிக்கிறது.
தன்னை அலைகளிடம் நிகழ்த்திப்
பார்க்கிறது.
அதன் முழுவீச்சையும் செலுத்தி
உச்சங்களைத் தொடுகிறது.
தளிர்களின் நரம்புப் பின்னலில்
கலைடாஸ்கோப்பின் சாத்தியங்கள் போல
காலம் நர்த்திக்கிறது.
முதிர்ந்த இலைகளை அது
முற்றிலும் ஒதுக்கிவிடுகிறது.
தளும்பி வழியும் தேநீர் கோப்பையென
முதிர்ந்த மனம் காலத்தை
உதறிவிடுவதால் அவற்றை
வெறும் வேடிக்கை மட்டுமே பார்க்கிறது.

■

ஆதவனின் காதலி

மலைமுகட்டில் சிந்திய
கிரணத்தின் கடைசித் தூறலில்
இரத்தமாகப் பூக்கிறது
அந்திவானம்.
கூடவே தவழ்ந்து வரும்
மழலை மேகங்களை அழவைத்தபடி
மறையத் துடிக்கும் ஆதவனை
கண்ணிமைக்காமல் பார்த்துக் கொண்டிருக்கிறேன்.
மறுநாள் வரை நினைவிலிருக்கும்படி
அழுந்த முத்தமிடுகிறான் என்னை.
சலனமற்று வெறிக்கிறேன் அவனை.
என் மேனியெங்கும் தழுவி
தீரா இச்சையுடன் முயங்குகிறான்.
கண்ணயர்ந்த தருணத்தில்
குன்றுகளிடையே காணமலாகிறான்.
எங்கும் சூழ்ந்த இருளில்,
மீண்டும் அவனை கூடும் பொழுதிற்காய்
காத்திருக்கிறேன் இந்த இரவை அணிந்தபடி

போர்வைகள் விற்பவன்

தள்ளுவண்டியில் போர்வைகள் விற்கும்
ஒருவன் நகர வீதியில் செல்கிறான்.
வண்ண மலர்கள் சிந்தும் வெல்வெட்டு
போர்வைகளை அடுக்காக மடித்து
வைத்திருக்கிறான்.
வழியில் நிறுத்தி விலைகேட்டால்
விலையைக் கூறுமுன்பே
ஒரு போர்வையை விரித்து
கண்முன் வீசுகிறான்.
புலராத சில காலைகளும், அவிழாத
சில இரவுகளும் வழிந்தபடி.
முற்றுப் பெறாக் கனவின்
பகுதியைப் போல மர்மத்தைப்
பரப்புகின்றன அதன் பூக்கள்.
இந்தப் பகலையும்,
இந்த இரவையும்
இந்தக் கனவையும்
சுமக்க முடியவில்லை
வாங்கிக் கொள்கிறாயா?
என்கிறான் வியாபாரி.
என் செல்லாத 500 ரூபாய் நோட்டுக்களை
வாங்கிக் கொள்வாயா? என்கிறேன்.
பாரமேறிய தன் கனவுகளைச் சுமந்தபடி
விலகிச் செல்கிறான்.

@ Demonetization

பகுதி 2

பெயர் தெரியாத மரம்

கிளைவிரித்த நிழலால்
சாலையைத் தழுவி நிற்கும்
மரமொன்று என் பாதையில் .
சாலையில் என் பயணமோ
நதி போல!
ஓரிடத்தில் நின்றிருக்கும் மரமோ
கடல் போல!
அதன் பெயர் எனக்கோ
என் பெயர் அதற்கோ
தெரியாது.

பெயர் தெரியாத மரம் – 2

நிதமும் ஒரு முறையேனும்
ஜன்னல் வழியே தலைநீட்டி
பரஸ்பரம் புன்னகையைப்
பரிமாறிக் கொள்வேன்,
அந்தப் பெயர் தெரியாத
மரத்துடன்.
பெயரெதற்கு?
நீர்வீழ்ச்சியென சரிந்த கிளைகள்
நிலம் பார்த்திருக்கும்
சிறுகாற்றுக்கு சிலிர்க்கும்
கிலுகிலுப்பை இலைகளின்
மெழுகுப்பச்சை சூரியனைப்
பூசியிருக்கும்.
நேற்று,
சாலை சீரமைக்க பிளந்து
கிடந்த பாதையைக் கண்டு
பதறிப்போய் கேட்டேன்,
'உனக்கொன்றுமில்லையே?'
கிலுகிலுப்பை இலைகளின்
மெழுகுப்பச்சை கண்சிமிட்ட
சிரித்தது மரம்!

இரயில் கோபம்

பரந்து விரிந்திருந்த
இரயில் நிலைய சந்திப்பில்
அந்த அதிகாலையிலேயே
காகங்கள் சுறுசுறுப்பாக
எதையோ கொத்திக் கொண்டிருக்க
சோம்பலாய் புரண்டன
தண்டவாள நாய்கள்.
'பயணிகளின் கனிவான கவனத்திற்கு'
என்ற உலோகக் குரலைச்
சற்றும் பொருட்படுத்தாத
இரு இளைஞர்கள்
செல்ஃபி எடுத்துக் கொண்டிருக்க,
அனைத்து அறிவிப்புகளையும்
அலட்சியம் செய்த காகங்கள்
இரயில் அருகில் வந்த நொடியில்
படாரென்று படபடத்து பறக்கும்
அபார லாகவத்தை வியக்கும்
வேளையில்
நேற்று உன்மீது கொண்ட
கோபம் மறக்கிறேன்...

உதிரம்

அம்மா, நீ அளித்தது என் உதிரம்.
உனக்களித்திருப்பாள் என் பாட்டி.
அவளுக்களித்திருப்பாள் அவள் அன்னை
வழிவழியாய் வந்த குருதியில்
தலைமுறைகளின் எச்சங்கள்...
சுமந்து சுமந்து தீராத பாரத்தினால்
தள்ளாடும் என் தேகம்...
எச்சங்களில் தேங்கியிருக்கும்
ஏக்கங்களை களையவே
தீரும் என் ஆயுள்.

நம்பிக்கை

சாலையின் நடுவில்
இறந்து கிடந்த காகத்தின்
இறகுகளிலிருந்து மேகத்துணுக்குகள்
சிதறியிருக்க,
மறுகோடியிலிருந்து
மஞ்சளும் கருப்புமாய்
ஒரு மரவட்டை
அத்தனை நம்பிக்கையோடு
மறுபாதியைக்
கடந்து கொண்டிருந்தது!

அரூப மலர்

பூ வரைந்து, பாகங்களைக்
குறிக்கச் சொன்ன கேள்விக்கு
பூ வரையத் தெரியாத குழந்தை
பாகங்களை மட்டும்
வரிசை மாறாமல் எழுதியிருந்தது.
விடைத்தாள் திருத்தும் எனக்கோ
கட்புலனாகா மலரொன்று
விரிகிறது.

அரூப மலர் - 2

வண்ணத்துப் பூச்சி வேடமணிந்தவள்
பூக்களைப் பற்றிய பாடலொன்றை
பாடியவாறு மேடையில்
மானசீகத் தேனருந்துகிறாள்...
பூக்களாகவே மாறிப்போயிருந்தனர்
பார்வையாளர்கள்!

தலைமுறைகள்

உயர்ந்து எழும் அலைமடிப்புகளின்
சீறல்களாய் சுழலும் காலம்.
ஒரு தலைமுறை வரலாற்றை
தன் போக்கில் கடத்துகிறது.
நான், நீ
அவன், அவள்
இவன், இவள்
ஒரு அலைமடிப்பு வீழ்ந்து
மடிந்தெழுகையில்
முடிகிறது ஆயுள்!
விட்டுச் சென்ற சுவடுகளில்
தொடர்கிறது வாழ்க்கை!
யாவருக்குமாய் காலம்
சாட்சியளிக்கிறது.
உன் வருகை,
உன் இளைப்பாறல்
உன் சுவடுகள்...
முடிவிலியாய் தலைமுறைகள்.

உயிர்த்தெழல்

நீர்பரப்பின் பிரதிபிம்பமாய்
அலைவுறும் கனவுச் சிதறல்களில்
உனதுரு
கடவுளின் துகள்ப்போல் புரிபடாமல்
ஊசலாடுகிறது.
உறக்கம் கலைகையில்
எல்லாத் துகள்களும் உதிர
உயிர்த்தெழுகிறேன் புதிதாக.

வேட்டை

அவர்கள் வேட்டைக்குச் செல்லும்
லாகவத்துடன் கூர்தீட்டி வைத்திருக்கினறனர்
தங்கள் ஆயுதங்களை.
குருதி வாடையின் நுகர்ச்சிக்குப்
பழகிய நாவுடன் திரிகிறார்கள்
வேட்டைக்கு.
உனது கண்ணீர்தான் உணவு,
உனது வீழ்ச்சிதான் இலக்கு,
என்றான பிறகு
சம்பிரதாயப் புன்னகைகளோ,
கைக்குலுக்கல்களோ,
தழுவல்களோ
எதற்கும் ஆகப்போவதில்லை.
நட...
உனக்கான பாதையில்.
வீழ்த்து...
உனது ஆயுதத்தால்.
வழிகள்தான் சற்று வேறுபடும்.
அவர்களுக்கு வெறுப்பென்றும்,
உனக்கு அன்பென்றும்.

மறைபொருள்

ஒரு மேகத்துணுக்கில்
சிறைப்பட்டிருக்கும்
நீர் துளிக்குள் ஒளிந்திருக்கின்றன,
ஒரு மழைக்கால இருளும்,
சிறிது மண்வாசமும்,
ஒரு வானவில்லும்.

நீர்மை விருப்பு

பஞ்சபூதங்களில் நான்
நீராக இருக்கிறேன்.
ஏற்றதாழ்வுகளை சமன் செய்தபடி,
வெளிப்பரப்பில் சலனமற்று,
உயரங்களை விடுத்து,
பள்ளங்களை நிரவி,
எப்போதும் வான் நோக்கியபடி,
எத்தனை முறை தீண்டினாலும்
கரைமீறாத தளும்பலுடன்
உனை நோக்கியே
எனது நகர்வு.
பஞ்சபூதங்களில் நான்
நீராக இருக்கையில்
நீ யாராக இருக்கிறாய்?

என் கிறுக்கு வானம்

சில நேரமதற்கு சாம்பல் வண்ணம்.
மேகத் திரள்களின் ஒழுங்கின்மை,
ஓரிரு பறவைகள் நேர்த்தியாய்.

சில நேரம் ஈரமேகம் பூசி
பறவைகள் தொலைத்து
தனிமைக்கு எனை அழைத்து
சல்லாபிக்கும் மர்மம்.

சில நேரம் அடர் வண்ணத்தில்
ஆரஞ்சுப் பொதிகளுடன்
ரௌத்திரமாய் புணரும் காதலன் போல்
சீற்றம் காட்டும்.

எப்போதாவது முழுநிலவின்
மோன நிலையை மீட்டெடுக்கும்
முயங்கித் துவளும் எனக்குள்
சிறு கடல்.

பறவையொலி கிறீச்சிடும்
ஜன்னல் துண்டு வானமே
ஒருபோதும் வழங்கிவிடாதே
எனக்கு ஞானத்தை.
என் கிறுக்கு வானம்
போதுமெனக்கு!

வரலாற்றின் மறுகுரல்

இலைகளின் அசைவில்லை
ஒளியின் நீர்மையுமில்லை
சொற்கள் தீர்ந்து போன
நிசப்த வனத்தில்
தனித்து நிற்கிறது
இலைகளற்ற ஒற்றை மரம்.

கூடிழந்த பறவைகளின் சாபம்
சுமந்த கிளைகளில்
மரணத்தின் அசைவின்மை
அடையாளத்தை இழந்தத் தவிப்பு.

இன்னமும உயிர்த்திருக்கும்
ஆதிவேர்களில் உறைந்திருக்கிறது
அதன் வரலாற்று குறிப்புகள்.

காய்ந்த கிளையொன்றை
இப்போதும் ஒரு மரங்கொத்தி
ஓயாமல் கொத்திக் கொண்டிருக்கிறது!

மனைவியின் காதல்

சிறுமிகளின் காதல் போல்
அத்தனை எளிதல்ல
மனைவிகளின் காதல்.
தடமறியாக் காட்டாற்றின்
நிபந்தனையற்ற அன்பல்ல அது.
பூடகம் நிறைந்த பாவனைகளில்
சற்றே நஞ்சின் தன்மையுண்டு அதற்கு.
பகிர்தலறியாச் சுயநலக்குழந்தையின்
பிடிவாதத்துடனான அன்பை
அறிந்து கொள்வது
அத்தனை சுலபமல்ல.
ஒரு கணம்
நீரூற்றின் வழிதலில் கரையச்செய்யும்,
மறுகணம்
சுட்டெரிக்கும் பாறையின்
இறுக்கத்தில் தகிக்க வைக்கும்.
அடர்சிவப்பில் தொடுவானம் போல்
கவிந்திருக்கும்.
நீரின் குளிர்மையில் அக்கினியின்

வெம்மையைக் குழைத்திடும்.
மனைவியாகும் முன்பு
எவர்க்கும் வாய்த்திருக்கும்
நிபந்தைனையற்ற காதலைப்போல்
அத்தனை இலகுவானதல்ல
மனைவியின் காதல்.

பேரன்பு பிரபஞ்சம்

உன்பால் எனக்கு
ஊற்றெடுக்கும் பேரன்பின் பெருவெளியில்
மூழ்கித் திளைக்கையில்
பிரபஞ்சத்தையே அணைத்துக் கொள்ள
முடிகிறது என்னால்.
என்னுள் கிளைத்தெழும்
மலைகளும், மேகங்களும்,
நதிகளும், பெருவெள்ளமும்...
வானம் என் மேலாடையாக,
வனங்கள் என் கூந்தலென விரிய,
நிலமாகப் படர்ந்திருக்கும்
என் தேகத்தில்
உனை ஏந்திக்கொள்வேன்
ஒரு நதியென...
மேகத்தைத் தூரெடுத்து
மின்னலைச் சரமென சூடி
மழையாக உனை மாற்றி
என் தாகம் தணித்துக் கொள்வேன்.
விரிந்து விரிந்து

பிரபஞ்சமாகவே மாறிய
என் மனதில் இப்போது
அன்பின் பேரொளி மட்டுமே.
அதிலிருந்து உருவாகிறது
பேரன்பின் பிரபஞ்சம்.

தனியாக இருப்பவளின் வீடு

மௌனம் உறைந்திருக்கும் சுவர்கள்
நேற்றைய உரையாடல்களும், சிரிப்புகளும்
காலைநேர பரபரப்புகளும் அடங்கிய வெறுமை.
கழற்றி வீசிய உள்ளாடைகளிலும்,
கலைந்திருக்கும் படுக்கை விரிப்புகளிலும்,
இன்னமும் என் உதடுகளில்,
மிச்சமிருக்கும் உன் வாசமும்,
முந்தைய இரவின் உறவும்.
சுவர்கடிகாரத்தின் சீரான தாளத்தோடு
இதயத்தின் மெந்துடிப்பும் தவிர
ஓசைகளற்ற பகலும்
மௌனம் கொண்டிருக்கும்
போலி மனதில் இரைச்சல்.
ஓயாது கீச்சிடும்
முற்றத்துச் சிட்டுக் குருவிகள்.
அதில் ஓர் இசைஒழுங்கு.
உப்பு, கீரை, தயிர், அவல் என
தெருவியாபரிகளின் கூவல்கள்,
அத்தனை இரைச்சலினூடே
இன்று அதிசயமாய் வீடு நுழைந்த
சாம்பல் பூனையின் கால்களுக்கு
மட்டும் ஓசையேயில்லை.

■

ஆயுதம்

என்னை ஆயுதமாக்கி
புரியுமொரு யுத்தத்தில்
களைத்துவிழும் தேகம்
தன்னை எழுதிக் கொள்கிறது
ஒரு கவிதையாய்!

கனவுகளைக் கட்டுடைத்தல்

படிமம் 1

பனிபடர்ந்த நிலையத்தில்
ஏறவோ இறங்கவோ கதவுகளற்ற
இரயில் பெட்டியில்
புகைச்சித்திரமாய் நீ அமர்ந்திருக்கிறாய்!
நடைமேடையில் பதற்றத்துடன் நான்.
நிலைத்த உனது பார்வையில்
எனையும் துளைத்து
காலத்தை ஊடுருவுகிறாய்.
நானோ உதிர்ந்த இலையின்
பரிமாணத்தில் அளைந்தபடி
தொடர்கிறேன் உன்னை.
இரயில் விரைகிறது.
இருவருக்குமான இடைவெளியில்
பச்சையமற்ற தாவரங்களாய்
நினைவுகள் துவளுகின்றன.

படிமம் 2

பொட்டல்வெளி, இருள் மசி பூசிய
பாதையில் ஈர நதியின் மினுமினுப்பு.
பேரிரைச்சலின் அதிர்வும்
பேரமைதியின் உறைவும்
ஒருங்கே ஒழுகும்
ஓட்டைக் குடமாய் காலம்.
கூகை போல இருண்மையைக் கிழித்து
உன் பறத்தல் இரா வானமெங்கும்
இழுக்கிறாய் உன் போக்கில் என்னை.
நீண்டு கிடக்கிறது சாம்பல் சர்பமென
இரவின் வெளி.
வெளிச்சப்புள்ளிகளின் துவக்கக் கோட்டில்
மிகத்துல்லியமாய் புகையாய்
கலக்கிறாய் மேகத்துணுக்குகளில்,
பாதை திரும்புகிறேன் தனியாய்.

படிமம் 3

எனக்கான ஏகாந்த வெளியில்
ஒளி நிரம்பிய உனதிருப்பு.
உயிர்த்திரவம் ததும்பும்
தீர்ந்துவிடாத அதே புன்னகையுடன்
எனக்கான மன்னிப்புகளை

கையளிக்கிறாய் தேவதையைப் போல்.
காற்றையே சிறகாய் அணிந்த
ஒரு பறவையிடம்
உனது சாயல்களைக் காண்கிறேன்.
யாக்கையில் உவர்ப்பாய்
படிந்து கிடக்கின்றன,
கதைக்க வேண்டிய கனவுத்துகள்கள்.
நீர்மை கோர்த்த நினைவுமணிகள்
புலரியின் மடியில் பனித்திவலையாய்
படர்ந்து மிதக்கின்றன.
உனக்கான ஒரு கவிதையை
எப்போதும்
அந்தத் துளியிலிருந்தே
தொடங்கச் சொல்கிறாய்!

— புவனாவின் நினைவுகளுக்கு

இருத்தலியலின் கோரிக்கை

நீ
யாராகவேனும் இரு.
ஆனாலும் இரு.
ஒரு மலராய்,
அதன் நிறமாய்
அல்லது வாசனையாய்
எதுவாகவேனும் இரு.
எனினும் இரு.
நீ
இருத்தலுக்காகவேனும் இரு,
ஒரு மேகமாய்,
அதன் குளிர்மையாய்
அல்லது ஒரு மழைத்துளியாய்
எதுவாகவேனும் இரு.
ஆனாலும் இரு.
நீ
இல்லாமல் போவதற்காகவேனும் இரு.
உனது இருப்பு
ஒரு வெற்றிடத்தை
ஒரு சுவடை
ஒரு துளி கண்ணீரை
எதையோ ஒன்றை
உருவாக்கவேனும் இரு!

பகுதி
3

தன்னை உணர்தல்

சங்கிலியின் கண்ணிகளாய்
ஒன்றோடு ஒன்றாய்
முன்னும் பின்னுமாய்
பின்னலிடும் எண்ணத் தொடர்கள்.
கண்ணிகளை அறுத்து
விடுதலை கொள்
மனமென்னும் கூட்டிலிருந்து!
மனம் இற்று விழும் வேளையில்
உன்னை நீ அறி.

முடிவிலி

முடிவற்றதன் ஒரு துளி நீ
துளியாக இருக்கும் வரைதான் நீ
அனந்தத்தில் இணைந்த பின்
அங்கு இல்லை
நீ!
அதுவாகிப் போகும் போது
நீ என்றெதுவுமில்லை.
அதுவே
நீ!
நீயே முடிவிலி!

வேறென்ன

உன்மத்தின் உச்சத்தில்
உடல் தழுவி
உடல் மறந்து, மனம் துறந்து
பால் பேதமற்ற
பால்வீதியில்
காலநிர்ணயங்களைக் கடந்த
கருந்துளையினூடே
ஒளிக்கற்றையென கரைந்து
காதலின் உச்சத்தில்
எரிவதைவிட நமக்கு
வேறென்ன வேண்டும்?

நான்

நான்
உடல் மீறிய படர்க்கை
என்
மகிழ்ச்சிகள் எல்லையற்றவை.
என்
துயரங்கள் முடிவற்றவை.
பிறப்பிற்கு முன்னும்
இறப்பிற்கு பின்னும்
நீளும் காலம்
நான்

நான் – 2

வளர்ந்த பிறகும்
வளராமல் இருக்கும்
மனதின் விள்ளலுக்கு
'நான்' என்று பெயர் வைத்தேன்.
என் பெயர் வேறு.
என் பெயர் சொல்லி அழைககும்போது
'நான்' கொஞ்சம் நழுவுகிறது.
என் பெயரின் அடையாளங்களற்ற வீதிகளில்
சுதந்திரமாக உலவுகிறது
'நான்' என்ற எனது பெயர்.
தொடுவானத்தின் அந்திச்சிவப்பில்
தொலைந்து விடுகிறது சிலவேளை.
நீர் பாவுகளால் மழை நெய்யும்
குளிர் ஆடைக்குள்
பொதிந்து கொள்கிறது சிலவேளை.
ஜன்னல் பயண வானத்திலேறி
வேறுலகம் பழகுகிறது சிலவேளை
புத்தகங்களின் படிக்கட்டுகளில்
இறங்கி காலம் மறக்கிறது சிலவேளை.

அப்போதெல்லாம்
என் பெயரை மறந்து போகிறேன்.
என் பெயருக்குரிய சிறுவாழ்வில்
'நான்' என்ற பெயருக்கு
என்றுமே இடம் இல்லை.

மொழி

காற்றில் அலைவுறும்
தீபத்தின் நாவுகள்
முடிவுறா பிரார்த்தனைகளை
இறைஞ்சுகின்றன
ஒலியற்ற மொழியில்

குழந்தைமை

வெள்ளென விரிந்திருக்கும்
வானத்தைக் காணும் போதும்
கூட்டமாக புள்ளெலாம்
சிறகடிக்கும் போதும்
முதல் சொட்டு மழையை
தாங்கிவரும் ஈரமேகம்
தேகம் தழுவும் போதும்
தொலைதூர ரயில் பயணத்தில்
ஜன்னல் உலகை
ரசிக்கும் போதும்
தொலையாத ஒரு குழந்தையை
வைத்திருக்கிறேன் என்னுள்!

ஆயிரம் முத்தங்கள்

அடர்மழை பின்னலிடும்
இம் முன்மாலைப் போதில்
நீ அருகிலில்லாதது
துயரத்தையும் ஆறுதலையும்
ஒன்றாய் அளிப்பது
விந்தைதான்.
அருகிலிருந்தால் கிடைத்திருக்கும்
முத்தத்தை விட
'மழையில் நனையவில்லையே'
என்ற உனது
அன்பின் குரல்
ஆயிரம் முத்தங்களுக்கு ஈடு!

கடந்து போகும்

என்றோ இறந்துவிட்ட
தோழியொருத்தி,
வருடங்கள் கழித்து
கனவில் தோன்றி
தான் சாகவேயில்லை
என்கிறாள்
இறந்து போனதாக நினைத்து
வருந்தியதை முடிவற்றுக்
கதைக்கிறேன்!
பச்சைநீல விழிகள் விரிய
கேட்டுவிட்டு
ஸ்படிகம் போல ஒளிரும்
முகம் மின்னச் சிரிக்கிறாள்!
......இப்படித்தான் கடக்கிறேன்
பன்னெடும் சோகங்களை.....

முக்தி

சர்க்கரை இல்லாமல்
காபி அருந்த முடிவாயிற்று
முதல் மிடறில்
என் பால்யத்தைக்
கடந்தேன்.
இரண்டாம் மிடறில்
இளமையைக் கடந்தேன்.
மூன்றாம் மிடறில்
முழு வாழ்வையும் வென்று
முக்தியடைந்தேன்.
பால்வீதியின்
பரவெளியெங்கும்
சிதறிக் கிடக்கிறது
சர்க்கரை!

அனுமதிக்கப்பட்ட வானம்

என் பாட்டியின் தாய்க்கு
வானம் அனுமதிக்கப்படவில்லை.
என் பாட்டிக்கு
நீர்துறைக்குச் செல்லும்வரை
சிறிது வானம்.
என் தாய்க்கோ
பள்ளிவரை ஒரு துண்டுவானம்.
எனது வானம்
வேலை செய்யுமிடம் வரை
சற்று விரிந்தது.
பாட்டியின் தாய் சொன்னாள்,
'வானம் என்று எதுவுமில்லை!'
அம்மா சொன்னாள்,
'வானம் என்பது சதுரம்'
நான் சொன்னேன்,
'வானம் என்பது அரைக்கோளம்'
வானம் சிரித்தது.

ஒரு முத்தத்தின் சுயசரிதை

முத்தத்தின் சுயசரிதை
பிறப்பதற்கு முன்னிருந்து
தொடங்குகிறது.
கொடுப்பதற்கு முன்
கோடையுறக்கமாய்
உறைந்திருக்கும்.
அப்போது
அது முத்தமல்ல...
ஒரு வேட்கை, இரகசியம்
தேடல் மற்றும் எச்சில்.
கொடுக்கப்படும் கணத்தில்
பூ மலர்வதைப் போல
அத்தனை நுட்பம்.
ஊடலின் முத்தங்கள்
காவியங்களாகின்றன.
மறுக்கப்பட்ட முத்தங்கள்
கவிதைகளில் ஒளிகின்றன.
தீர்ந்து போன முத்தங்களின்
சுயசரிதை எப்போதும்
கண்ணீரில் முடிகின்றது.

■

பூஜ்யம்

பூஜ்யத்திலிருந்து மீண்டும்
பூஜ்யத்திற்கு வந்தவளுக்கு
புரிகிறது
வாழ்க்கையின் சூட்சுமங்களும்
சூனிய சித்தாந்தங்களும்.
தொடங்கும் முன் இருந்த
அறியாமையைத் தொலைத்ததைத்
தவிர மீதமானது ஏதுமில்லை
என்பதை உணர அவளுக்கு
ஒரு சுழற்சி...
இந்த பூமிக்கு இன்னும்
எத்தனையோ?

இயல்பு

காதல் கொண்ட உடலில்
படரும் காமம்
மலை மேலிருக்கும்
தழல் போல,
ஒளியில் தெறிக்கும்
துளிப் போல,
நீர் உறைந்த
மேகம் போல,
அத்தனை இயல்பானது.

ஞானம்

என் பால்யகால கடவுள்களுக்கு
இப்போது வயதாகிவிட்டது.
அவர்களின் ஆயுதங்களில்
கூர்மை மழுங்கிப் போனது.
உடைகளின் நிறம் மங்கி விட்டது.
கிரீடங்கள் சரிந்து கிடக்கின்றன.
வண்ணம் இழந்த கண்களில்
கருணைக்கு பதில் இப்போது
பீதி நிறைந்து கிடக்கிறது.
நான் ஞானம் அடையும்
நேரம் வந்து விட்டது.

நாம்

ஒரே நிகழ்வின்
வெவ்வேறு படிமங்களா
நாம்?

மாறுதல்

வலிகள் ஞாபகங்களாக
மாறும் போது
அனைத்தும்
மாறிவிடுகின்றன.

இப்போது அவள்

சிரிக்கும் போது கண்களில் தெறிக்கும்
மின்னல் கீற்று இடம் மாறி
கறுத்த நதிக் கூந்தலின்
இடையில் ஒளிர்விட்டன.
மூக்குத்தியில் அலையாடும்
ஏழுவர்ண ஜாலத்தைத்
தோற்கடிக்கும் புன்னகை
ஞானம் பெற்றிருந்தது.
உலகோரை ஆட்டுவித்த
கண்களின் கருமணிகள்
சாதுவினுடையதைப் போல்
சாந்தமடைந்து தமது
கவிதைகளை நிறுத்திக் கொண்டிருந்தன.
முன் நெற்றியின் பிரகாசத்தில்
பழைய நினைவுகள் வெல்லப்பட்டிருந்தன.
புறப்படுகையில் அலைபாய்ந்த
மனதில் மட்டும்
பழைய நட்பு மீதமிருந்தது.

■

உயிர் வேர்

உடல் வனத்தின்
சிக்கலான பாதைகளில்
வலி ஓர் உயிரி.
உறக்கத்திற்கும் விழிப்பிற்கும்
இடையே
அதன் பயணம் முடிவிலி.
எண்ணற்ற பாதைகளில்
உடல் முழுதும் விரவும்
அதன் ஆயிரம் பரிமாணங்களை
ஒரு கிண்ணத்தில் ஏந்துகிறேன்.
ஒரே மிடறில் கவிழ்க்கிறேன்
தொண்டைக்குள்.
ஆலகாலமாய் இறங்கும்
அதன் வெப்பத்தில்
உயிர் நீலமாகிறது.

புலரி

அதிகாலைக் கலவியின் வெம்மையுடன்
உதிக்கும் சூரியனின் மேல்
ஒரு அபூர்வ மென்துகில்
யாருடைய கவனத்தையும் ஈர்க்காது
குப்பை பொறுக்குபவனின் கைகளில்
சிக்கியதை அவனே கவனிக்கவில்லை.
வழக்கம்போல் மீன்களைச் சுமந்து
தெருவில் விற்பவளின் கூடைக்குள்
ஏழு வண்ணங்களில் மின்னும்
செதில்களில் அது ஒளிர்கிறது.
நிர்ச்சலனமாய் நிற்கும் விருட்சத்தின்
கிளைகளிலிருந்து உதிரும்
ஓர் ஒற்றையிலை பூமி தொடுகையில்
அதிர்கின்றன வனங்கள்.
இரைதேடும் அதிகாலை பறவையின்
குமிழ் இருட்டு கண்களில்
உறைந்து கிடக்கிறது யுகத்தீ.
அதன் தகிப்பில் சற்றே விலகுகிறது
பூமியின் அச்சு.

சில நட்சத்திரங்கள் இடம் பெயர்கின்றன.
பாழ்வெளியின் பாதைகள் தடம் புரள்கின்றன.
சாலையோரத்தில் படுத்துறங்கும்
ஒருவனுக்கோ
அது இன்னுமொரு நாளாக விடிகிறது.

உயிரேந்தல்

இருப்பிற்கும் இன்மைக்கும்
இடையில் ஊடாடும் ஒரு
நூலிழையில்தான்
இந்த வாழ்வின் பெருவெளி
விரிகிறது.
இருப்பின் வெம்மை ஒரு நொடி
இன்மையின் உறைவு ஒரு நொடி
நொடிக்கொரு மாற்றம்.
இந்த இரசாயனப் பரிவர்த்தனையை
தாங்காத தேகம் தள்ளாடுகிறது.
அதன் உக்கிர கொந்தளிப்பில்
உயிர் உளைகிறது.
உயிர் துளிக்கிறது.
மரணத்தின் விளிம்பிற்குச் சென்று
திரும்பும் இந்த நூதன சாகசம்
உற்சாகமானது.

கருந்துளைகள்

கருந்துளைகள் நிரூபிக்கப்பட்ட
நாளில் அவள் சற்று
ஆசுவாசமாகப் பெருமூச்செறிந்தாள்.
எல்லாவற்றுக்கும்
ஒரு தீர்விருக்கிறது என்பதாக
மனதிற்குள் ஆழ்கிறாள்.
நடைபாதையில்
வெள்ளரிக்காயை மிளகாய் உப்புடன்
விற்கும் ஒருவன்
‘இந்த வருஷம் வெயில் அதிகமாகும்’
என்கிறான் வெள்ளரிகளை நீவியபடி.
குழந்தையுடன் பிச்சையெடுக்கும்
இளந்தாயொருத்தி
‘உன் பாடு தேவலை’ என்கிறாள்.
விடுமுறையை யாசிக்கும்
மாணவனொருவன்
‘லீவு கிடைக்குமா?’
எனக் கேட்டபடி கடக்கிறான்.

கவிதைப் பேர்வழி ஒருவன்
இரவில் வானை உற்றுப்
பார்த்தபடி கருந்துளைக்குள்
கவிதைகளை அளைகிறான்.
கருந்துளைகளை நிரூபித்த விஞ்ஞானிகளின்
பெருமிதங்களைப் புறந்தள்ளி
அடர்ந்த மௌனத்தில்
யுகயுகமாய் உறைந்திருக்கின்றன
கருந்துளைகள்!